Tủ Sách Bảo Anh Lạc 88

NGHI THỨC CÚNG TỔ
và GIÁC LINH SƯ TRƯỞNG

Thích Nữ Giới Hương
biên soạn

Nhà Xuất Bản
HƯƠNG SEN

HƯƠNG SEN PUBLISHER

Huong Sen Buddhist Temple

19865 Seaton Avenue,

Perris, CA 92570, USA

Tel: 951-657-7272, Cell: 951-616-8620

Email: huongsentemple@gmail.com,

thichnugioihuong@yahoo.com

Facebook:https://www.facebook.com/huongsentemple

Web: www.huongsentemple.com

First edition © 2024 Huong Sen Buddhist Temple

NGHI THỨC CÚNG TỔ
và GIÁC LINH SƯ TRƯỞNG

Sau khi tụng Kinh Đại Phương Tiện Báo Phật Ân hay bất cứ kinh Phật nào ở chánh điện, trở lại bàn thờ tổ lạy Tổ. Rồi đến Bàn thờ Giác Linh Sư Trưởng cúng cơm theo nghi như sau:

ĐẢNH LỄ CHƯ TỔ

(Trước bàn thờ tổ)

Bông hoa hiện điềm lành,
Năm cánh lạc phương xa.
Trao pháp tạng đất Ấn,
Tôn thờ ở Trung Hoa,
Việt Nam trồng giống thánh,
Kết quả hằng hà sa. (o)

Chí tâm đảnh lễ:

Nam mô Tây thiên Đông độ Việt Nam
lịch đại nhất thiết chư vị Tổ sư. (1 lạy) (o)

Chuyển ý thức phân biệt hư vọng
Xoay trở về bản tánh viên minh,
Thường trụ tâm địa quang hiển phát
Như nước đục lóng thành trong sáng
Kết qủa chứng được đại thần thông.

Chí tâm đảnh lễ:

Nam mô Đại hiếu Mục Kiền Liên tôn giả. (1 lạy) (o)

Đức tướng đoan nghiêm như vàng thắm
Đầu đà khổ hạnh giữ chung thân,

Lưu truyền Như Lai chánh nhãn tạng

Kê túc trong non đợi Từ Tôn.

Chí tâm đảnh lễ:

Ma ha Ca Diếp tôn giả Thiền tông liệt vị Tổ sư.
(1 lạy) (o)

Được độ đầu tiên tám vương tử,

Thân tâm thanh tịnh tợ hoa sen,

Hoằng truyền luật giáo Tỳ Ni tạng

Phật pháp do đây trụ thế lâu.

Chí tâm đảnh lễ:

Ưu Ba Ly tôn giả Luật tông liệt vị Tổ sư. (1 lạy) (o)

Tám trăm Tỳ kheo núi Ta La La

Cùng Thế Tôn may y Cahyna,

Năm nấc thang A Na Luật Đà

Xa lìa trần lao đời chật hẹp,

Chứng A la hán đủ thần thông

Đại phước lực, đại oai thần.

Chí tâm đảnh lễ:

**Nam mô đệ nhất thiên nhãn Cahyna
đàn tràng đường chủ đại thánh A Na Luật Đà
tôn giả.** (1 lạy) (o)

Đa văn trong chúng tôn đệ nhất,

Lăng Nghiêm hội thượng chứng viên thông,

Kết tập Như Lai chánh pháp tạng,

Vĩnh tại nhân thiên độ thế gian.

Chí tâm đảnh lễ:

A-nan-đà tôn giả Giáo Tông liệt vị Tổ sư. (1 lạy) (o)

Tây Phương cổ giáo Thế Tôn tuyên,

Đông độ khai tông hiệu Bạch Liên,

Mười tám đại hiền làm thượng thủ,

“Hổ khê tam tiếu” tới nay truyền.

Chí tâm đảnh lễ:

Huệ Viễn tôn giả Tịnh độ tông liệt vị Tổ sư.
(1 lạy) (o)

NGUYỆN

Tông phong vĩnh chấn,
Tổ ấn trùng quang.
Giác hoa hương biến khắp rừng thiền
Mưa pháp tưới nhuần người sơ học
Cành cành lá lá tiếp nối không ngừng
Tổ đường rực rỡ chánh pháp xương minh.

Chí tâm đảnh lễ:

Nam mô Độ Nhân Sư Bồ Tát Ma ha tát.(1 lạy) (o)

Xướng:

Đàn tràng khai mở
Tịnh khiết hương đèn
Thiền đường liệt tổ đã xa nghe
Hải chúng quang lâm
Thùy từ chiếu giám.

Báo thân đã mãn
Cõi Phật sen khai
Pháp tánh thường quang
Chân linh không diệt
Trụ Ta Bà vì hoá đạo.
Về Tịnh Độ hiển vô sanh. (ooo)

NGHI THỨC TIẾN GIÁC LINH SƯ TRƯỞNG

*(Trước bàn thờ Giác linh sư trưởng
với cơm canh hoa quả)*

NGHI CÚNG HƯƠNG

Xướng:

- Hiếu đồ tựu vị

- Hồ quỳ - Tiến hương - Niệm hương

Vịnh:

Vườn hạ trang nghiêm phút mộng tàn

Ngàn thu vắng bóng nẻo nhơn gian

Cúi đầu hòai niệm người khai đạo

Ngửa mặt nguyện cầu đáng phóng quang.

Cố quốc Chùa xưa Thầy (...) vĩnh biệt

Tha hương viễn mới chúng bàng hoàng

Dược sư phương trượng xin linh cảm

Chấn tích phù bôi giáng đạo tràng. (o)

Nhớ lại năm xưa (qua) cũng độ này

Tôn Sư (...) quảy dép trở về Tây

Rồi từ đó muôn ngàn thế giới

Tám vạn trần lao hóa khói mây.

Phật quốc hóa sanh quên trở lại

Ta bà ứng cúng nguyện về đây

Hôm nay nhớ lại ngày quy khứ

Đốt nén hương lòng hiến cúng Thầy. (o)

Xướng:

- Thượng hương

- Khởi thân đảnh lễ Tôn Sư tam bái. (3 lạy) (ooo)

- Hồ quỳ

Tán:

Hương xông đảnh báu,

Giới định tuệ hương,

Giải thoát tri kiến quí khôn lường,

Ngào ngạt khắp muôn phương,

Thanh tịnh tâm hương,

Đệ tử nguyện cúng dường.

Nam Mô Hương Cúng Dường
Bồ Tát Ma Ha Tát. (3 lần) (o)

Giờ này hương vàng vừa bén

Khói tỏa xa gần

Chúng đẳng ân cần

Thượng hương bái thỉnh. (o)

TIẾN GIÁC LINH

Chí tâm bái thỉnh:

Tôn sư/ Ni trưởng (Hòa thượng ni) *thượng… hạ…* **giác linh, Dược Sư…** (tên chùa mà tôn sư trú xứ) **đường thượng, tại… Phú An, Đại Ninh.** (3 lạy) (ooo)

Quỳ đọc: **Ngưỡng cầu giác linh chư tôn Ni trưởng, tánh hải lặng trong, đèn tuệ sáng chiếu, dự hải hội liên trì, ngự trai tiệc cơm thơm, tự tại ứng chân, thấy nghe không ngại, thần thông tự tại giáng lai đạo tràng, quang minh biến chiếu, nhiếp thủ chúng con xót thương phù hộ, khiến được thành tựu Bồ-đề nguyện hạnh.**

Khắp nguyện Tăng Ni Phật tử Việt Nam, thấm nhuần mưa pháp, muôn tội tiêu tan, bốn mùa an vui, chánh pháp lưu truyền, Phật nhật quang huy. Âm dương đồng lợi, pháp giới chúng sanh trọn thành Phật đạo.

Chí tâm đảnh lễ: **Nam mô tiền hiền hậu bối liệt vị Tổ sư.** (1 lạy) (o)

Chủ lễ đọc: **Có sanh có diệt, Ni trưởng (Hòa thượng ni)… nay thị tịch Niết bàn. Sắc tức thị không, huyễn chất đâu còn mãi mãi. Bao nhiêu năm hành đạo, nay lên đường về cảnh Niết bàn. Duy tâm lạc quốc phổ biến mười phương.**

Tự tánh Di Đà viên dung một trí. Sáng quang chói lọi, phản vọng quy chân, trực hạ bội trần hợp giác.

Ngưỡng lao đại chúng chuyển than bái thỉnh kiền thành thượng hương. (o)

Chủ lễ đọc: **Nhất tâm phụng thỉnh:**

Năm ấm chưa thoát, khó trốn bốn tướng sanh, già, bệnh, chết. Thuận thế gian thị hiện vô thường, nay trở về báo địa diệu cực trang nghiêm. Tư lương công đức phụng vì Ni trưởng (Hòa thượng ni) **thượng… hạ… giác linh.**

Duy nguyện ngôi cao thượng phẩm quả chứng nhị nghiêm. Ngộ sắc không chẳng phải sắc không. Rõ sanh diệt thật không sanh diệt. (o)

NGHI THỈNH GIÁC LINH
(3 lần)

Thành tâm *sơ thỉnh*, phục vọng lai lâm. Chúng con kiền thành dâng hương bái thỉnh.

Chúng hòa: **Hương hoa thỉnh.** (lần 1)

Chủ lễ đọc: **Nhất tâm phụng thỉnh:**

Từ dung lặng lẽ biến tan mà lời Thầy dạy còn vang nơi này. Chúng con phấn khởi chốn chân thừa. Cùng nhau trang nghiêm con đường giác

tỉnh. **Tư lương công đức phụng vì Ni trưởng** (Hòa thượng ni) **thượng… hạ… giác linh.**

Duy nguyện mở khai bảo tạng, gắng phá vô minh, đưa chúng con về Vô Thượng Bồ đề.

Nhất tâm *tái thỉnh,* **phục vọng lai lâm.**

Chúng con kiền thành dâng hương bái thỉnh. (o)

Hương vàng vừa bén

Khói tỏa xa gần

Chúng đẳng ân cần

Thượng hương bái thỉnh.

Chúng hòa: **Hương hoa thỉnh.** (lần 2)

Chủ lễ đọc: **Nhất tâm phụng thỉnh:**

Thân chẳng phải cây Bồ đề,

Tâm chẳng phải đài gương sáng,

Xưa nay không một vật

Chỗ nào vướng trần ai.

Tôn sư ngôi ở lục hòa.

Giới, định, tuệ, giải thoát.

Giải thoát tri kiến.

Năm đức tỏa hương thơm ngát. (o)

Tư lương công đức phụng vì Tôn sư /Ni trưởng (Hòa thượng ni) **thượng… hạ… giác linh.** (o)

Duy nguyện ngã pháp đốn không.

Diệu dụng thần thông vô quái ngại.
Mười thân đầy đủ đất tịnh.
Cõi uế nhậm ngao du. (o)

Ba lần chúng con, đầu thành cung thỉnh, phục vọng lai lâm.

Gậy vàng tay tựa
Dép gấm chân mang
Thỉnh giáng đạo tràng
Chứng minh công đức. (o)

Chúng hòa: **Hương hoa thỉnh.** (lần 3)

Chủ lễ đọc:

Ba lần cung thỉnh giác linh đã giáng lâm,

Thọ nhận hương hoa kính cúng dường.

Xướng: **Khởi thân đảnh lễ Tôn sư tam bái.**
(3 lạy) (ooo)

Tán: **Nam mô Đăng Bảo Tọa Bồ Tát Ma Ha Tát.**
(3 lần) (o)

NGHI CÚNG HOA

- Hồ quỳ

- Tiến hoa (quỳ dâng một bình hoa cúng)
Hoa lòng nở rộ khắp muôn nơi
Mưa bất hoa trời chẳng kém tươi

Đóa hoa dâng lên thành kính phục
Muôn đời gió nghiệp thổi không rơi. (o)

- Hiến hoa (để hoa lên bàn thờ)

Xướng: **Khởi thân đảnh lễ Tôn sư tam bái.**

(3 lạy) (ooo)

Nam Mô Bảo Đàm Hoa Bồ Tát Ma Ha Tát.

(3 lần) (o)

NGHI CÚNG TRÀ

- Hồ quỳ

- Tiến trà, điểm trà, dâng trà (1 vị rót trà, quỳ dâng lên trán.)

Cử tán:

Hương trùng non nước tự trời mây

Chấn tích quang lâm nhọc sức Thầy

Bảo tọa tuy cao, nhưng chẳng ngại

Xin Thầy an tọa xuống đài mây. (o)

Danh thơm muôn thuở Triệu Châu trà

Hương ngát, nước trong, làn hổ phách.

Từ quang khó thấu, đức hoá không lường.

Linh giác Tôn sư chứng tâm thành. (o)

- Thượng trà

Xướng: **Khởi thân đảnh lễ Tôn sư tam bái.**

(3 lạy) (ooo)

(Để trà lên bàn thờ và lạy 3 lạy).

Chúng hòa: **Nam mô Cam Lồ Vương Bồ Tát Ma Ha Tát.** (3 lần) (o)

NGHI CÚNG CƠM

- Hồ quỳ

- Tiến phạn, khải phạn (Một vị gắp đồ ăn vào chén, quỳ dâng lên trán.)

Chủ lễ tiếp:

Kệ (giọng ai):

Than ôi! Ca sa trăng lạnh..

Tích trượng sương mờ

Nhớ bao năm sữa pháp thấm nhuần

Tôn sư (thánh thai) nuôi dưỡng

Thương lúc này, linh quang vắng vẽ

Phật quốc há viên

Trông đẩu sơn mà xót dạ

Nghĩ đại sự mà đau lòng. (o)

Than ôi! Trăng giới lu mờ sấm thiền bặt tiếng

Làu làu trăng sáng, đêm trở buồn cô.

Thẳm thẳm mây mờ, ngày che thất lạnh. (o)

Than ôi! Chiếc dép hữu hình rơi lại đó

Con thuyền từ để ngự về đâu?

Tình thầy còn nhớ, con đây hàng đệ tử truyền y. (o)

Lý đạo chưa quên, chúng mấy lớp Ni đồ thiệu phái

Nhớ Thầy xưa, vâng lời vàng, lạc Việt đạo sư

Nay mãn duyên, ngự xe báu đi về thánh cảnh

Núi ân đã đổ, sông nghĩa nào quên.

Giờ này chúng con quý trước linh đài,

Kính dâng cơm hương tích,

Bánh mạn đầu, trà nhất thiệt... (o)

Ngưỡng mong thầy chứng giám.

Trước linh đài kinh cẩn dâng lên

Dưới chiếu cỏ cúi đầu xuống lạy. (o)

- **Thượng phạn** (để cơm lên bàn thờ)

Xướng: **Khởi thân đảnh lễ Tôn sư tam bái.**

(3 lạy) (ooo)

Chúng hòa: **Nam mô Mỹ Hương Trai Bồ Tát**

Ma Ha Tát. (3 lần) (ooo)

- **Hồ quỳ**

- **Tấn quả** (quỳ dâng 1 đĩa trái cây ngang trán)

Mây bay ngự giá

Gió thoảng ngỡ âm vang

Dường nghe hơi vẳng của Thầy

Quẩy dép về Tây phương.

- Hiến quả (để trái cây lên bàn thờ)

Xướng: **Khởi thân đảnh lễ tôn sư tam bái.**

(3 lạy) (ooo)

XƯỚNG SỚ

Chủ lễ tiếp:

Tín căn nhất niệm.

Linh giác văn tri.

Ngưỡng mong cảm ứng.

Đủ có sớ văn.

Cẩn y tuyên đọc.

Chủ lễ đọc:

SỚ VĂN

Mây sớm mưa chiều, dòng sông nước chảy mang mang. Một chiếc thuyền đưa chúng sanh lên bờ kia, nay không còn nữa. Đèn thiền, trăng tuệ, dạ đài vắng tịch.

THIẾT NIỆM

Bổn Sư thoát lòng ba cõi, trở về đất tịnh. Vì đã tỉnh mộng huyễn hữu vi. Một đời chăm tu thắng nhân vô lậu.

Hôm nay ngày… tháng... năm… tại Hoa Kỳ, tiểu bang California, thành phố Perris, chùa Hương Sen, đệ tử chúng con là (chủ lễ)… cùng các phật tử chùa Hương Sen phụng phật cúng dường, báo ân Tôn Sư sự. Hiếu đồ chúng con tâm thành đảnh lễ mười phương Tam bảo, cung vì Tôn sư Hòa Thượng (Hòa thượng ni) thượng… hạ… giác linh.

Di ảnh huyễn tượng bày suông trên án. Gậy tích trượng luống chống trước linh đường. Tưởng dung nghi, cùng nhau rơi lệ. Nhớ tâm từ bi như còn phảng phất. Cảm thâm hậu đức thấm nhuần đại chúng, Chùa Phước Hậu toàn quốc khắc ghi ân sâu pháp nhũ.

Hôm nay chúng con đảnh lễ kính dâng trai soạn. Vạn bái đức hùng tôn, tụng diệu điển tam thừa, niệm Phật A Di Đà vô thượng pháp vương.

Cung duy ngàn Phật rủ soi, tiếp dẫn Tôn sư đạt liên cung thượng phẩm, ngự cảnh An Dưỡng quê hương, phước tuệ nghiêm thân, ấn Tổ lưu truyền, đèn Phật sáng trưng mãi mãi.

Tắc dạ đan thành thống thiết, đệ tử chúng con khấu đầu đảnh lễ trăm bái thượng sớ. (o)

THẤT PHẬT DIỆT TỘI CHÂN NGÔN

Ly bà ly bà đế, Cầu ha cầu ha đế, Đà la ni đế. Ni ha ra đế, Tỳ lê nễ đế, Ma ha già đế, Chân lăn càn đế, Ta bà ha. (o)

CHÚ VÃNG SANH
QUYẾT ĐỊNH CHÂN NGÔN

Nam mô a di đa bà dạ,

A di rị đô bà tì,

A di rị đa tất đam bà tì,

A di rị đa tì ca lan đế,

A di rị đá tì ca lan đa,

Dà di nị dà dà nạ,

Chỉ đa ca lệ ta bà ha. (3 lần) (o)

HỒI HƯỚNG

Vừa rồi bao nhiêu công đức, bấy nhiêu hương hoa

Thành kính thiết tha, nguyện xin cúng dường Giác linh (Ni trưởng... Dược Sư, Linh Quang.... đường thượng). (o)

Linh giác tọa tiền

Ai liên thùy từ nạp thọ.

PHỤC NGUYỆN

Gương tuệ sáng vô biên

Hương đức thơm ngào ngạt

Rừng Bồ đề bát ngát

Hoa giác ý nở tươi

Trong biển giác tánh

Đãng phiêu một mảnh trần lao.

Đèn giác ngộ lung linh

Hương trầm một đỉnh

Phụng tống vân trình

Thỉnh quy Tịnh-Độ. (o)

Đại chúng đồng tụng:

Tiêu dao chân thế giới,

Khoái lạc bảo liên đài,

Chắp tay trước Thế Tôn,

Được Như Lai thọ ký. (o)

Xướng: **Hiếu đồ lễ tạ tứ bái** (bốn lạy).

Thoái ban.

Ban chuông cổ trổ 3 hồi chuông trống.

Hoàn mãn.

TỦ SÁCH BẢO ANH LẠC
do Ni Sư Tiến Sĩ TN Giới Hương biên soạn

1.1. SÁCH TIẾNG VIỆT

1. *Bồ-tát và Tánh Không Trong Kinh Tạng Pali và Đại Thừa.*

2. *Ban Mai Xứ Ấn -Tuyển tập các Tiểu Luận Phật Giáo (3 tập).*

3. *Vườn Nai – Chiếc Nôi.*

4. *Quy Y Tam Bảo và Năm Giới.*

5. *Vòng Luân Hồi.*

6. *Hoa Tuyết Milwaukee.*

7. *Luân Hồi trong Lăng Kính Lăng Nghiêm.*

8. *Nghi Thức Hộ Niệm, Cầu Siêu.*

9. *Quan Âm Quảng Trần.*

10. *Nữ Tu và Tù Nhân Hoa Kỳ.*

11. *Nếp Sống Tỉnh Thức của Đức Đạt Lai Lạt Ma Thứ XIV.*

12. *A-Hàm: Mưa pháp chuyển hóa phiền não, 2 tập.*

13. *Góp Từng Hạt Nắng Perris.*

14. *Pháp Ngữ của Kinh Kim Cang.*

15. *Tập Thơ Nhạc Nắng Lăng Nghiêm.*

16. *Nét Bút Bên Song Cửa.*

17. *Máy Nghe MP3 Hương Sen* (Hương Sen Digital Mp3 Radio Speaker): Các Bài Giảng, Sách, Bài viết và Thơ Nhạc của Thích Nữ Giới Hương (383/201 bài).

18. *DVD Giới Thiệu về Chùa Hương Sen.*

19. *Ni Giới Việt Nam Hoằng Pháp tại Hoa Kỳ.*

20. *Tuyển Tập 40 Năm Tu Học & Hoằng Pháp của Ni sư Giới Hương*, Thích Nữ Viên Quang, TN Viên Nhuận, TN Viên Tiến, and TN Viên Khuông.

21. *Tập Thơ Nhạc Lối Về Sen Nở.*

22. *Nghi Thức Công Phu Khuya – Thần Chú Thủ Lăng Nghiêm.*

23. *Nghi Thức Cầu An – Kinh Phổ Môn.*

24. *Nghi Thức Cầu An – Kinh Dược Sư.*

25. *Nghi Thức Sám Hối Hồng Danh.*

26. *Nghi Thức Công Phu Chiều – Mông Sơn Thí Thực.*

27. *Khóa Tịnh Độ – Kinh A Di Đà.*

28. *Nghi Thức Cúng Linh và Cầu Siêu.*

29. *Nghi Lễ Hàng Ngày - 50 Kinh Tụng và các Lễ Vía trong Năm.*

30. *Hương Đạo Trong Đời 2022* - Tuyển tập 60 Bài Thi trong Cuộc Thi Viết Văn Ứng Dụng Phật Pháp 2022.

31. *Hương Pháp 2022* (Tuyển Tập Các Bài Thi Trúng Giải Cuộc Thi Viết Văn Ứng Dụng Phật Pháp 2022.

32. *Giới Hương - Thơm Ngược Gió Ngàn*, Nguyên Hà.

33. *Pháp Ngữ Kinh Hoa Nghiêm (2 tập). Thích Nữ Giới Hương.*

34. *Tinh Hoa Kinh Hoa Nghiêm. Thích Nữ Giới Hương. NXB Hương Sen.*

35. *Phật Giáo – Tầm Nhìn Lịch Sử Và Thực Hành. Hiệu đính: Thích Hạnh Chánh và Thích Nữ Giới Hương.*

36. *Nhật ký Hành Thiền Vipassana và Kinh Tứ Niệm Xứ.*

37. *Nghi cúng Giao Thừa.*

38. *Nghi cúng Rằm Tháng Giêng.*

39. *Nghi thức Lễ Phật Đản.*

40. *Nghi thức Vu Lan.*

41. *Lễ Vía Quan Âm.*

42. *Nghi cúng Thánh Tổ Kiều Đàm Di.*

43. *Nghi thức cúng Tổ và Giác linh Sư trưởng.*

1.2. SÁCH TIẾNG ANH

1. *Boddhisattva and Sunyata in the Early and Developed Buddhist Traditions.*

2. *Rebirth Views in the Śūraṅgama Sūtra.*

3. *Commentary of Avalokiteśvara Bodhisattva.*

4. *The Key Words in Vajracchedikā Sūtra.*

5. *Sārnātha-The Cradle of Buddhism in the Archeological View.*

6. *Take Refuge in the Three Gems and Keep the Five Precepts.*

7. *Cycle of Life.*

8. *Forty Years in the Dharma: A Life of Study and Service—Venerable Bhikkhuni Giới Hương.*

9. *Sharing the Dharma -Vietnamese Buddhist Nuns in the United States.*

10. *A Vietnamese Buddhist Nun and American Inmates.*

11. *Daily Monastic Chanting.*

12. *Weekly Buddhist Discourse Chanting.*

13. *Practice Meditation and Pure Land.*

14. *The Ceremony for Peace.*

15. *The Lunch Offering Ritual.*

16. *The Ritual Offering Food to Hungry Ghosts.*

17. *The Pureland Course of Amitabha Sutra.*

18. *The Medicine Buddha Sutra.*

19. *The New Year Ceremony.*

20. *The Great Parinirvana Ceremony.*

21. *The Buddha's Birthday Ceremony.*

22. *The Ullambana Festival (Parents' Day).*

23. *The Marriage Ceremony.*

24. *The Blessing Ceremony for The Deceased.*

25. *The Ceremony Praising Ancestral Masters.*

26. *The Enlightened Buddha Ceremony.*

27. *The Uposatha Ceremony (Reciting Precepts)*

28. *Buddhism: A Historical And Practical Vision.* Edited by Ven. Dr. Thich Hanh Chanh and Ven. Dr.

Bhikṣuṇī TN Gioi Huong.

29. *Contribution of Buddhism For World Peace & Social Harmony*. Edited by Ven. Dr. Buddha Priya Mahathero and Ven. Dr. Bhikṣuṇī TN Gioi Huong.

30. *Global Spread of Buddhism with Special Reference to Sri Lanka*. Buddhist Studies Seminar in Kandy University. Edited by Prof. Ven. Medagama Nandawansa and Dr. Bhikṣuṇī TN Gioi Huong.

31. *Buddhism In Sri Lanka During The Period of 19th to 21st Centuries*. Buddhist Studies Seminar in Colombo. Edited by Prof. Ven. Medagama Nandawansa and Dr. Bhikṣuṇī TN Gioi Huong.

32. *Diary: Practicing Vipassana and the Four Foundations of Mindfulness Sutta.*

1.3. SÁCH SONG NGỮ (VIETNAMESE-ENGLISH)

1. *Bản Tin Hương Sen: Xuân, Phật Đản, Vu Lan (*Hương Sen Newsletter: Spring, Buddha Birthday and Vu Lan, annual/ Mỗi Năm).

2. *Danh Ngôn Nuôi Dưỡng Nhân Cách - Good Sentences Nurture a Good Manner.*

3. *Văn Hóa Đặc Sắc của Nước Nhật Bản-Exploring the Unique Culture of Japan.*

4. *Sống An Lạc dù Đời không Đẹp như Mơ - Live Peacefully though Life is not Beautiful as a Dream.*

5. *Hãy Nói Lời Yêu Thương-Words of Love and Understanding.*

6. *Văn Hóa Cổ Kim qua Hành Hương Chiêm Bái -The Ancient- Present Culture in Pilgrim.*

7. *Nghệ Thuật Biết Sống - Art of Living.*

8. *Nhật ký Hành Thiền Vipassana và Kinh Tứ Niệm Xứ - Diary: Practicing Vipassana and the Four Foundations of Mindfulness Sutta.*

9. *Dharamshala - Hành Hương Vùng Đất Thiêng, Ấn Độ, Dharamshala - Pilgrimage to the Sacred Land, India.*

1.4. SÁCH CHUYỂN NGỮ

1. *Xá Lợi Của Đức Phật* (Relics of the Buddha), Tham Weng Yew.

2. *Sen Nở Nơi Chốn Tử Tù* (Lotus in Prison), many authors.

3. *Chùa Việt Nam Hải Ngoại* (Overseas Vietnamese Buddhist Temples).

4. *Việt Nam Danh Lam Cổ Tự* (The Famous Ancient Buddhist Temples in Vietnam).

5. *Hương Sen, Thơ và Nhạc* – (Lotus Fragrance, Poem and Music).

6. *Phật Giáo-Một Bậc Đạo Sư, Nhiều Truyền Thống* (Buddhism: One Teacher – Many Traditions), Đức Đạt Lai Lạt Ma 14th & Ni Sư Thubten Chodren.

7. *Cách Chuẩn Bị Chết và Giúp Người Sắp Chết-Quan Điểm Phật Giáo* (Preparing for Death and Helping the Dying – A Buddhist Perspective)

2. ALBUMS NHẠC
Từ Thơ Thích Nữ Giới Hương

1. Đào Xuân *Lộng Ý Kinh* (The Buddha's Teachings Reflected in Cherry Flowers).

2. *Niềm Tin Tam Bảo* (Trust in the Three Gems).

3. *Trăng Tròn Nghìn Năm* Đón *Chờ Ai* (Who Is the Full Moon Waiting for for Over a Thousand Years?).

4. Ánh *Trăng Phật Pháp* (Moonlight of Dharma-Buddha).

5. *Bình Minh Tỉnh Thức* (Awakened Mind at the Dawn) (*Piano Variations for Meditation*).

6. *Tiếng Hát Già Lam* (Song from Temple).

7. *Cảnh* Đẹp *Chùa Xưa* (The Magnificent, Ancient Buddhist Temple).

8. Karaoke *Hoa* Ưu Đàm Đã *Nở* (An Udumbara Flower Is Blooming).

9. *Hương Sen Ca* (Hương Sen's Songs)

10. *Về Chùa Vui Tu* (Happily Go to Temple for Spiritual Practices)

11. *Gọi Nắng Xuân Về* (Call the Spring Sunlight).

12. Đệ *Tử Phật*. Thơ: Thích Nữ Giới Hương, Nhạc: Uy Thi Ca & Giác An, volume 4, năm 2023.

Mời xem: http://www.huongsentemple.com/index.php/kinh-sach/tu-sach-bao-anh-lac